ஒரு சிறந்த வழக்கறிஞர் "கவின்"

HE IS A ADVOCATE WHO SOLVE THE CASE BY SACRIFICING HIMSELF

முதலியார் உதய் குமார்

ISBN 979-888606005-8

ராமு குடும்பம் பணக்கார குடும்பம். அவருக்கு இரண்டு மகன்கள் இருந்தனர்.அவர்கள் பெயர் கவின், பெரிய மகன் பெயர் சிறிய மகன் பெயர் நவீன். கவின் 1970 இல் பிறந்தார், நவீன் 1976 இல் பிறந்தார். ராமு 1966 முதல் 1987 வரை சென்னையில் காவல்துறை அதிகாரியாக இருந்தார். அவர் 2005 மார்ச் 13 அன்று இறந்தார்.

இப்போது ஒரு நாள் கவின் தன் தந்தையிடம் "நான் வழக்கறிஞரிடம் படிக்கலாமா:" என்று கேட்டான். அவனுடைய பெற்றோர் சொன்னார்கள் "நீங்கள் அதற்குப் படிக்கலாம், ஆனால் நீங்கள் மிக விரைவாகவும், சுறுசுறுப்பாகவும், விழிப்புடனும் இருக்க வேண்டும். கவின் பதிலளித்தார் "ஆம் என் அப்பாவும் அம்மாவும் நான் விரைவாகவும், சுறுசுறுப்பாகவும், எச்சரிக்கையாகவும் இருப்போம். இப்போது 1990 ஆம் ஆண்டில் அவர் தனது தேர்வில் மாவட்ட அளவில் 99% தேர்ச்சி பெற்றார் .அவர் வழக்கறிஞருக்குப் படிக்க முடிவு செய்த பிறகு . அவர் தனது மனதில் 1 வது விருப்பத்தைத் தேர்ந்தெடுத்தார்., அந்த முதல் படிப்பு பி.காம் படிப்பு 3 ஆண்டுகள் எடுக்கும், பின்னர் 2 ஆண்டுகள் படித்து எல்எல்பி முடிக்க . மொத்தத்தில் அவர் வழக்கறிஞராக ஆக 5 முதல் 6 ஆண்டுகள் எடுத்துக் கொண்டார். இதையெல்லாம் படிக்கும்போது, அவருடைய வயது 25. சில நாட்களுக்குப் பிறகு முடிவு வந்தது. அதில் தேர்ச்சி பெற்று ஜூனியர் வழக்கறிஞரானார். 4 முதல் 5 ஆண்டுகள் வரை அவர் நிலம், அநீதி மற்றும் பல எளிய வழக்குகளைப் பெற்றார். ராணா.பிரதாப் கொலை வழக்கு என்று ஒரு கடினமான வழக்கு அவருக்கு கிடைத்தது. புரோட்டின் டிரிங்க் கம்பெனியின் எம்.டி.யாக இருந்த கே.ஜான்தான் கொலையாளி. . கே.ஜான் அந்த ஹார்லிக்ஸ் நிறுவனத்தின் மோசமான எம்.டி. போதை மருந்து கலந்து விற்பனை செய்து வந்தார். அவரது நிறுவனம் இந்தியாவிற்கு வெளியே ஆனால் இந்தோனேசியாவில் இருந்தது. அவர் அந்த பொருளை இரட்டிப்பு விலையில் விற்று அதிக லாபம் ஈட்டினார். யாரேனும் அந்த பொருட்களை வாங்கவில்லை என்றால் தனது ரவுடி கும்பலை அனுப்பி மிரட்டுவதும், இந்த பொருளை வாங்காவிட்டால் கொன்று

விடுவேன் எனவும் மிரட்டி வந்தார். இப்போது கவின் சரியான கொலையாளி என்பதை நிரூபிக்க அனைத்து தகவல்களையும் சேகரித்தார். தெரியாத ஒரு எண்ணில் இருந்து அவருக்கு போன் வந்தது, "நாங்கள் கொலைகாரர்கள் என்று நிரூபணம் செய்தால் உங்கள் தந்தையை கொன்று விடுவோம். அந்த நேரத்தில் கே. ஜான் சித்தூருக்கு வந்தார். ராணா பிரதாப்பை ஏன் கொன்றார். 2 ஆண்டுகளுக்கு முன்பு ராணா பிரதாப். ஒரு நிறுவனத்தின் எம்.டி., ஜான் உயர் பதவியில் இருப்பதைக் கண்டு பொறாமைப்பட்டார்.ஒரு நாள் ராணா பிரதாப்பிடம் வந்து அந்த ஹெல்த் டிரிங்க் வாங்கும்படி வற்புறுத்தினார்.ராணா பிரதாப் தமிழ்நாடு விநியோகஸ்தர்களின் எம்.டி.யாக இருந்தார்.சிறு வயதிலிருந்தே இருவரும் ஒன்றாக படித்தவர்கள். எப்பொழுதும் ராணா தேர்வில் அதிக மதிப்பெண் பெற்றும், கே ஜானஸ் தேர்வில் குறைந்த மதிப்பெண் பெற்றும் வந்தார்.இவர்கள் 7 வயதிலிருந்தே சண்டை போட்டுக் கொண்டனர்

அதை ஏற்காத ராணா பிரதாப், ராணாவை கொல்ல வந்த கும்பல் ராணாவைக் கொல்ல வந்தது.இரண்டு வருடங்களுக்குப் பிறகு தற்போது கவினுக்கு வந்த அழைப்பை அலட்சியப்படுத்திய அவர் மறுநாள் வழக்குத் திட்டமிடலுக்காக கோர்ட்டுக்குப் போனார். போனில் பேசிய கும்பல் வந்து கவின் அப்பாவைக் கொன்று எல்லா ஆதாரங்களையும் திருடி கவின் அம்மாவிடம் நாங்கள் திகில் இருந்து வருகிறோம் என்று கூறினார்கள். .இந்தோ கும்பல் நாங்கள் கே ஜான் தொழிலாளர்கள் .கவின் அம்மா அழைப்பு அவரை எடிட் செய்து சரியாக நடந்ததைக் கூறினார். ஓடி வந்து தன் வீட்டுக்கு வந்து சத்தம் போட்டு அழுதான் . 7 நாட்கள் கழித்து ரேஷ்மாவை திருமணம் செய்து கொண்டார். ஒரு நாள் அவர்கள் எங்கள் வீட்டிற்கு வந்தபோது என்ன சொன்னார்கள் என்று அம்மாவிடம் கேட்டார் . நாங்கள் tig of indo gang, நாங்கள் K. John கீழ் வேலை செய்கிறோம் என்று என்னிடம் சொன்னார்கள் என்று அம்மா கூறினார். கவின் அனைத்தையும் பதிவு செய்து பத்திரமாக வைத்திருந்தான் . இருப்பினும் கவின் ராணா பிரதாப்பின்

முகவரியைக் கண்டுபிடித்து ராணா பிரதாப்பின் தந்தை ராஜ் பிரதாப்பிடம் சென்றார். கவின் ராஜ் பிரதாப்பிடம் "உன் மகன் இறந்து போனது உனக்கு தெரியுமா??" ராஜ் பிரதாப் " என்ன " இதை சொல்லிவிட்டு கீழே விழுந்தான் . இருப்பினும் கவின் அவனை உட்கார வைத்து ஒரு குவளையில் தண்ணீர் கொடுத்து அவனை எழுப்பினான். எழுந்ததும் கவின் கேள்விகள் கேட்க ஆரம்பித்தான். அவனுடைய முதல் கேள்வி " நலமா சார் ??" . ராஜ் பிரதாப் "ஆமாம் கேள்வி கேட்கலாம்" . கவின் ["சார் உங்க மகன் ராணா பிரதாப் இறந்துட்டார் தெரியுமா??"] ராஜ் பிரதாப் ["இல்லை, எனக்கு தெரியாது அதனால் தான் அழுகிறேன். நான் இறக்கும் போது நீங்கள் என்னை எரிக்க வேண்டும் என்று சொன்னேன், ஆனால் இப்போது நிலைமை. நான் அவனை எரிக்க வேண்டும்] கவின் ["ஐயா தயவு செய்து அழுகையை நிறுத்துங்கள், அரசாங்கம் செய்த அனைத்து சம்பிரதாயங்களையும் இப்போது சொல்லுங்கள் உங்கள் மகனின் எதிரி யார்? ராஜ் பிரதாப் கூறினார் ["கே. ஜான், என் மகன் ராணா 10 ஆம் வகுப்பு படிக்கும் போது இருவரும் சண்டை போடுவது வழக்கம். ராணா சண்டை போடுவதில்லை, ஆனால் சூழ்நிலை காரணமாக அவர் சண்டையிடுவார். கவின் ["மேலும் விவரங்கள் சார்?"] ராஜ் பிரதாப் ["எனக்கு கே .ஜான் பற்றி அதிகம் தெரியாது . ஆனால் கவின் நீ கோர்ட்டில் அவனுக்கு கடினமான தண்டனை கொடுக்க வேண்டும். கே. ஜான் பற்றிய கூடுதல் தகவல்களை நீங்கள் சென்னை பல்கலைக்கழகத்தில் கேட்கலாம். கவின் { "சரி சார் நன்றி . சார் 16|04|2005 திங்கட்கிழமை கோர்ட்டுக்கு வர வேண்டும். நீங்கள் பேசியதை எல்லாம் என் மொபைலில் பதிவு செய்துள்ளேன். இப்போது கவின் சென்னை பல்கலைக்கழக கல்லூரிக்கு சென்றுள்ளார். அந்த பல்கலைக்கழகத்தின் முதல்வர் திரு ராமரஞ்சம் மகன். குல்தீப் கொள்கையாக இருந்தார் கவின் ["ஐயா நீங்கள் கே.ஜான் ??] குல்தீப் சொன்னார் [" ஆம் அவன் இங்கு படித்த என் நண்பன் தான் .] கவின் நினைத்தான் எல்லாம் தப்பு என்று பிரின்சிபால் அவன் என் நண்பன் என்று சொல்கிறான் . நான் இன்னும்

கேட்கிறேன் மிஸ்டர் குல்தீப் ["என்ன நடந்தது ?? இதை ஏன் கேட்கிறாய் ?? கவின் உண்மையில் என்ன நடந்தது, எதற்காக வந்தேன் என்று எல்லாவற்றையும் சொன்னான். திரு குல்தீப் எல்லா விஷயங்களையும் சொல்ல, கவின் எல்லாவற்றையும் பதிவு செய்து, k.John இன் எண்ணை எடுத்து, குல்தீப்பிடம் அவனது எண்ணையும் விசிட்டிங் கார்டையும் கொடுத்துவிட்டு அங்கிருந்து கிளம்பினான். அவர் ஒரு ஹோட்டலில் தங்கி, காலையில் ஜானை தொலைபேசியில் அழைத்தார். இதற்கு முன் குல்தீப் ஜானிடம் 2 நாட்களில் நீங்கள் பிடிபடுவீர்கள் என்று எச்சரிக்கையாக இருங்கள். கவின் அங்கிருந்து சென்றதும் ஜான் குல்தீப்பிடம் வந்தான். ஜான் 2 கோடி ரூபாய் கொடுத்து "அடுத்த 2வது நாள் கோர்ட்டில் நான் பிடிபட்டால் கோர்ட்டில் பொய் சொல்லுங்கள் கவின் என்னை வற்புறுத்தி வீடியோ ஆதாரத்தை பதிவு செய்தார். குல்தீப்பும் அதற்கு சம்மதித்தார்.

இப்போது கவின் ஜானை உள்ளே அழைத்தார். ஃபோன் அடிக்க, ஜான் அதை எடுத்துப் பேசினான், யார் இது ??கவின் சொன்னான் ["நான் தமிழ்நாட்டைச் சேர்ந்த குமரன், நீ உடம்புக்கு நல்ல ஹார்லிக்ஸ் விற்கிறாய் என்று கேள்விப்பட்டேன். ஜான் பதிலளித்தார் ["ஆமாம், உங்களுக்கு எவ்வளவு வேண்டும் ?? கவின் பதிலளித்தார் ["நான் உங்களை சந்திக்க விரும்புகிறேன், ஏனென்றால் எனது வியாபாரத்தில் உங்களுடன் ஒரு பெரிய ஒப்பந்தம் இருக்க வேண்டும், நீங்கள் குறிப்பிட்ட முகவரியில் வர முடியுமா ??. ஜான் இந்தியாவிற்கும் தமிழ்நாட்டிற்கும் வந்தால் பிடிபடுவார் என்பதை நினைவில் கொள்கிறார், ஆனால் பேராசை காரணமாக அவர் சென்னை போவை விருந்தினர் மாளிகைக்கு வந்தார். அதற்கு முன் கவின் எல்லா இடங்களிலும் போலீஸை ஏற்பாடு செய்தார். ஜான் வந்து அமர்ந்தார் கவின் சத்தமாக [தாக்குதல்] என்று கூறினார், பின்னர் அனைத்து போலீசாரும் ஜான் கார்டை தாக்கினர், ஜான் கைது செய்யப்பட்டு சிறையில் அடைக்கப்பட்டார். அவர் ராணாபிரதாப்பை தந்தை மற்றும் சென்னை பல்கலைக்கழக முதல்வர் என்று அழைத்தார். இப்போது அனைவரும் நீதிமன்றத்திற்கு வந்துள்ளனர். கே ஜான் சிறையில் இருந்து நீதிமன்றத்திற்கு அழைத்து

வரப்பட்டார். இப்போது விசாரிக்க வேண்டிய நேரம் வந்துவிட்டது.

கவின் ["குட் மார்னிங் யுவர் ஓனர்.]

தலைமை நீதிபதி கார்த்திகேயன் ["காலை வணக்கம் கவின்]

கவின் ["உங்கள் முதலாளி, விசாரணையைத் தொடங்க உங்கள் விலக்கு தேவை, உங்கள் உரிமையாளரை எதிர்க்க வேண்டும்.]

தலைமை நீதிபதி ["அனுமதி வழங்கப்பட்டது]

கவின் ["உங்கள் உரிமையாளர் ராஜ் பிரதாப்பை ராணா பிரதாப்பின் தந்தை என்று அழைக்க உங்கள் அனுமதி தேவை.]

தலைமை நீதிபதி ["அனுமதி வழங்கப்பட்டது, ராஜ் பிரதாப், ராஜ் பிரதாப், ராஜ் பிரதாப்]

ராஜ் பிரதாப் [வண்ணகம் உங்கள் உரிமையாளர்]]

தலைமை நீதிபதி [" வண்ணகம்]

கவின் ["உங்கள், உரிமையாளர் அவர் ராணா பிரதாப்பின் தந்தை, அவரது மகன் இறந்தது அவருக்குத் தெரியாது, விதிகளின்படி ராணா பிரதாப் உடலை அவரது தந்தையிடம் எடுத்துச் செல்ல வேண்டும். ஏன் எடுக்கவில்லை?

கவின் [ராஜ் பிரதாப் சார் உங்கள் மகன் இறந்து போனதை அறிந்ததும் ??]

ராஜ் பிரதாப் ["வக்கீல் கவின் வந்து என்னிடம் சொன்னபோது எனக்கு தெரியும்]

கவின் ['நீங்க போங்க சார்]

வக்கீல் ராகுல் ["அலுவலகத்தில் இருந்து உங்கள் உரிமையாளர் ராஜ் பிரதாப்பை அழைக்கவில்லையா ?? அவர்கள் ஏன் அழைக்கவில்லை]

கவின் ["ராணா பிரதாப்பைக் கொன்றவர்களிடம் பணம் வாங்கியிருக்கலாம் என்று நான் மட்டும் சொல்கிறேன்.

கவின் ["உங்கள் உரிமையாளர் இந்த வீடியோவை பார்க்கவும் அதர்ராம் .

தலைமை நீதிபதி ["சரி, இங்கே காட்டு]

கவின் [" ஆம் உங்கள் உரிமையாளர் .]

அந்த வீடியோவைப் பார்த்த தலைமை நீதிபதி கவின், இது உண்மையான வீடியோதானா?" என்று கேட்டார். கவின் ["உங்கள் உரிமையாளர் ஆம், நீங்கள் நம்பவில்லை என்றால், திரு குல்தீப்பை அழைக்கவும்.

தலைமை நீதிபதி [" குல்தீப், குல்தீப், குல்தீப்.]

திரு.குல்தீப்["வண்ணகம் உங்கள் உரிமையாளர்.]

தலைமை நீதிபதி [" வண்ணாகம் , இது உண்மையான வீடியோ பதிவா. ராணா பிரதாப்பும் கே.ஜானும் நட்பாக இருந்தாரா ??

எம்.ஆர் குல்தீப் ["உங்கள் உரிமையாளர், அது ,]

தலைமை நீதிபதி ["இது ??]

குல்தீப் ["போலி, அதைச் சொல்லும்படி என்னை வற்புறுத்தினார்.]

தலைமை நீதிபதி ["ஜான் நீங்கள் எதையும் சொல்ல விரும்புகிறீர்களா?]

ஜான் ["தயவுசெய்து எனக்கு தண்டனை கொடுக்க வேண்டாம்]

கவின் ["ஆட்சேபனை, உங்கள் உரிமையாளர் திரு குல்தீப் பொய் சொல்கிறார்.]

குல்தீப் ["இல்லை, உங்கள் உரிமையாளர்.]

தலைமை நீதிபதி [" ஜான் கொலையாளி என்பதை கவின் நிரூபிக்கும் வரை ஜான் 3 நாட்கள் சிறையில் அடைக்கப்படுவார் என்பது எனது முடிவு.

கவின் [உங்கள் உரிமையாளர்,]

தலைமை நீதிபதி ["இது, இல்லை. ஒருமுறை சொன்னதை விட சொன்னது.]

கவின் ["சரி உரிமையாளரே]

[இப்போது 1 நாள் கழிந்த நிலையில் தனக்கு ஆண் குழந்தை பிறந்ததில் கவின் மிகவும் மகிழ்ச்சியடைந்தான். ஆனால் கொலையாளி ஜான் என்பதை நிரூபிக்க அவருக்கு 2 நாட்கள் மட்டுமே உள்ளன.

அவன் பதற்றத்தில் இருந்தான். திடிரென்று தெரியாத எண்ணிலிருந்து அழைப்பு வந்தது.

கவின்["ஹலோ யார் பேசுறது.]

சபாநாயகர் ["நான் குல்தீப்பின் தந்தை , என் பெயர் ராமரஞ்சம் .

கவின் ["ஐயா, ஏற்கனவே என்ன நடந்தது, நீங்கள் என்னை ஏன் அழைத்தீர்கள் என்று உங்கள் மகன் மீது நான் கோபமாக இருக்கிறேன்.]

ராமரஞ்சம் சார் [நாளை ராம் பூங்காவிற்கு வாருங்கள் உங்கள் விஷயத்தில் உங்களுக்கு உதவியாக இருக்கும் ஒரு விஷயத்தை உங்களிடம் சொல்ல விரும்புகிறேன்.

இப்போது இருவரும் ஒரு பூங்காவிற்கு வந்தனர்.

அவர்களுக்கு இடையேயான உரையாடல்.

கவின் ["காலை வணக்கம் சார்.]

திரு. ராமரஞ்சம் ["காலை வணக்கம் கவின்]

கவின் ["சார், உங்க பக்கத்துல இருக்குற காபி ஷாப்பில் சந்திக்கலாம். இந்த வயசான காலத்துல ஏன் இவ்வளவு நேரம் வந்தீங்க ??]

ராமரஞ்சம் ["கவின், நீங்கள் என்னை அங்கே சந்தித்திருந்தால், நாங்கள் என் மகன் திரு. குல்தீப்பைப் பிடித்துவிடுவோம்]

கவின் ["சார் , என்னை ஏன் இங்கு அழைத்தீர்கள் ?

மிஸ்டர் ராமரஞ்சம் ["ஒரு முக்கியமற்ற விஷயம் நான் உங்களுக்கு சொல்கிறேன், என் மகன் 2 கோடியை எடுத்தான். காத்திருங்கள் தயவு செய்து இந்த வீடியோவை நீக்கவும்]

கவின் ["சரி சார் நீங்க சொல்லுங்க]

ராமரஞ்சம் ["இதுக்கு முன்னாடி நீங்க நம்ம யூனிவர்சிட்டிக்கு வந்திருந்தா கேஸ். நீங்க அங்கிருந்து போனதும் கே.ஜான் வந்து

.குல்தீப்புக்கு 2 கோடி கொடுத்தா கோர்ட்டில் சொல்ல சொல்லி கவின் என்னை வற்புறுத்தி இப்படி சொல்றதை நான் நிஜமாவே பார்த்தேன். அது உண்மையில்.]

கவின் [சரி சார் . மிக்க நன்றி நான் உங்களுக்கு எந்த வகையில் நன்றி சொல்ல வேண்டும் என்று தெரியவில்லை.]

அதைப் பார்த்த குல்தீப், ["அப்பா, நீ ஏமாற்றியதை எல்லாம் உண்மையாகச் சொன்னாய். இப்போது இங்கேயே செத்து விடு, உன்னை இங்கேயே சுடுவேன், பிறகு இதை யார் நீதிமன்றத்தில் சொல்வார்கள்?]

இதை சொல்லிவிட்டு அப்பாவை சுட முற்பட்டார், ஆனால் கவின் நடுவில் வர, தோட்டா கவின் மார்புக்குள் சென்று கவினின் கீழே விழுந்தது. இப்போது ராமரஞ்சம் ஆம்புலன்ஸ் அழைத்தார். மேலும் கவின் மருத்துவமனைக்கு கொண்டு செல்லப்பட்டார். இப்போது இந்த செய்தி கவின் குடும்பத்தினர் வரை சென்றது. குடும்ப உறுப்பினர்கள் வந்து கதறி அழுதனர். "கவின் இந்த வழக்கை எடுக்கவில்லை என்றால் அவர் இப்போது பாதுகாப்பாக இருப்பார் ஆனால் . திடிரென்று டாக்டரும் வார்டு பாயும் அவரை ICU இல் சேர்த்தனர். கவின் ரேஷ்மாவிடம் சொன்னார், ரேஷ்மா அழாதே, அம்மா அழாமல் இருக்க சொல்லுங்கள் எங்கள் மகனை கவனித்துக் கொள்ளுங்கள் நான் இறக்கலாம் . ரேஷ்மா["இல்லை, கவின் நான் உன்னை விடமாட்டேன்.]

இதையடுத்து அவரை 1 மாதம் ஓய்வில் இருக்குமாறு மருத்துவர்கள் எச்சரித்துள்ளனர்.

கவின் ["இல்லை, டாக்டர் நான் நாளை செல்ல வேண்டும் தயவு செய்து ஏதாவது செய்யுங்கள்.]

டாக்டர் ["நான் என்னால் முடிந்தவரை முயற்சிப்பேன்.]

இருப்பினும் கவின் நிற்க ஆரம்பித்து திரு ராமரஞ்சத்துடன் நீதிமன்றத்திற்குச் சென்றார். இப்போது நீதிமன்ற விசாரணை நேரம்.

தலைமை நீதிபதி ["கவின் உங்களுக்கு உடல்நிலை சரியில்லை எதற்காக இங்கு வந்தீர்கள் என்று சொன்னால் 1 மாதம் அவகாசம் தருவேன் .

கவின் சிறிய குரலில் {"உங்கள் உரிமையாளர் இல்லை, தயவுசெய்து வழக்கைத் தொடங்கவும்}

இப்போது கோர்ட்டில் குல்தீப் வந்ததால், ஆம்புலன்சை அழைத்த பிறகு, போலீசாரை அழைத்தார், போலீசாரும் வந்து குல்தீப்பை பிடித்தனர்.

எனினும் கவின் இந்த வழக்கை நிரூபித்தார். நன்றி என்று சொல்லும் போது உங்கள் உரிமையாளருக்கு மாரடைப்பு வந்து கவின் கீழே விழுந்து சம்பவ இடத்திலேயே இறந்தார். கே.ஜான் மற்றும் குல்தீப் ஆகியோருக்கு மரண தண்டனை விதிக்கப்பட்டது. அவரது தியாகத்திற்கு அரசு பரிசு வழங்கியது.

A Great Salute to Kavin .

Story written by [Mudliyar Uday]

Disclaimer

This story is only published in Tamil. Due to some issues so this story is in Tamil. As a Author I would like to inform you that , my next story is Heart of Love means Anbu Ithayangal . This story may take more time for publishing . Be calm . This story can be published in 2 languages that are Tamil, Hindi .

My Biography

My Name is Mudliyar Uday .

I am 13 years old . My dream is to became an author
. As I said that I am working for 2nd book . It may
take more time . Wait for it . I hope you liked my 1st
story . I live in Mumbai , Maharashtra .

பொருளடக்கம்